கதம்ப கவிதைகள்

முனைவர்

கவிஞர் செ.மணிமேகலா

aelay
publish

கதம்ப கவிதைகள்
கவிதை
ஆசிரியர் : செ. மணிமேகலா ©
முதல் பதிப்பு : ஆகஸ்ட் 2022
வெளியீடு : ஏலே பதிப்பகம்
5/175, பாத்திமா நகர், கூத்தென்குழி,
திருநெல்வேலி - 627104
தொடர்புக்கு : +91 9944992571

Kathamba kavithaigal
Poetry
by Manimekala S ©
First Edition : August 2022
Pages: 64
ISBN : 978-93-5533-507-4
Aelay Publish
Contact : +91 9944992571
Designed by : Aelay publish team

தமிழ் மொழியின் பெருமை

தாய் மொழிக்கு என் முதல் வணக்கம்...
தவழும் போது தாலாட்டு கேட்டு!!!

எட்டு திசைக்கும் மலர்ந்த என் தாய்மொழி!!!

பாரெங்கும் பரவட்டும்!!!

என் சிந்தையை அலங்கரிக்கும் என் தாய்மொழி...

பிறமொழி கலவாமல் பேசுவோம் நாம் தாய்
மொழியை வளர்ப்போம்!!!

தமிழினை நேசியுங்கள் தமிழ் உன்னை
நேசிக்கும்!!!

வாழ்க!!!என் தாய்மொழி
வாழ்க!!!எங்கள் பாரதம்!!!

எங்கள் பாரதம்

எட்டு திசை கொடி கட்டி பறக்கும் எங்கள் பாரதமே!!!

மதங்கள் இனங்கள் மொழியில் வேறுபட்டு இருப்பினும்!!!

இந்தியர் என்ற பெருமை கொள்வோம்//

மொழிப் பிரச்சனை இல்லை யுத்தமும் இல்லை ஆனாலும் நாங்கள் ஒன்று பட்டு இருப்போம்!!!

வாழ்க்கை பயணம்

ஏதாவது ஒரு வகையில் வாழ்க்கை என்கிற
பயணத்தை தொடர்ந்து தான் ஆக வேண்டும்
என்று நிலைக்கு தள்ளப்படுகிறேன்

கனவுகள் சொந்தம்

தூங்கும் போது கனவு காணுங்கள்..

நாம் எதுவாக ஆக ஆசைப்படுகிறோமோ!!!

அதுவாக வேண்டும் என்று கனவு காணுங்கள்!!!

சந்தோசமாக வாழ கனவுகள் மெய்ப்பட
வேண்டும்...

தாய் நேசம்

எங்களின் சிந்தனையாற்றலை
வெளிக்கொணர்ந்து!!!

திறமையை வெளிக்காட்ட வேண்டும் என்ற
நோக்கத்தோடு!!

ஒருவர் உதவி செய்யும் மனப்பான்மை...

நம் சிந்தனையில் கொண்டுவரை செய்த எங்கள்
தாயே!!!

புகழ் அகிலம் எல்லாம் பரவி திறம்பட செயல்பட
வேண்டும் என்பதில் இலட்சியம் !!!

சாதிப்போம் என்ற நம்பிக்கையுடன்//

தன்னம்பிக்கை

♥

அடியே நீ எடுத்து வைத்தால்!!!

ஆயிரம் கதவுகள் திறந்து இருக்கும்..

வெற்றி பெறலாம் என்று தன்னம்பிக்கையோடு முயற்சி செய்!!!

தன்னம்பிக்கை என்னும் நங்கூரத்தில் பயணம் செய்!!!

எனக்கு பிடித்தவர்

சிரித்த என் முகத்துடன் என்னைப் பார்த்து ஒரு கேள்வி!!!

இப்படித்தான் வாழ வேண்டும் என்று உங்களின் மூலம் அறிந்து கொண்டேன்...

அவர்களின் சிரிப்பு எனக்கு புதிய தெம்பு அளித்தது!!!

பள்ளிக்கூடம்

பல மாணவர்களின் கற்பகத் அறை அதுதான்
பள்ளிக்கூடம்...

பல தாய்மார்களின் பிள்ளைகள் தம் பிள்ளை
போல் பாவிக்க வேண்டும்...

பயிற்றுவித்து சிறந்த மாணவனாக மெருகேற்ற
வேண்டும்!!!

மாணவர்களையும் பாகுபாடு இல்லாமல் பழகும்
விதம்...

மாணவர்கள் இடையே ஒற்றுமை ஊக்குவித்து
வழி நடத்தி செல்வது தான் பள்ளிக்கூடம்!!!

ஆசிரியர்

மாதா பிதா குரு தெய்வம் என்ற மந்திர மொழி!!!

கற்றுக் கொடுக்கும் ஆசிரியருக்கு மாணவர்களின்
மனதில் தனியரசனமும்
. உண்டு!!!

கற்பித்தல் பணி தொண்டு சேவை இதை உணர்ந்து
பெருமையோடு பணியாற்ற வேண்டும்!!!

கல்வி நிலையங்கள் எல்லாம் நாற்றங்கால்கள்
அதை நெல்மணிகளாக மாற்ற வேண்டும்!!!

தொலைதூரும் புதுமைகள் மலர்கின்றன
கப்பித்தல் கற்பித்தல் என்பது ஒரு வழி பாதை!!! |

மாணவன்

சிரித்த முகத்துடன் பேரழகு கொண்ட அன்புடன் இருந்த மாணிக்கமே!!!

உன் பேச்சில் உள்ள கனிவும் கரிசனையும் நான்!!!

விழுந்துவிட்டேன் கண்மணியே...

சென்றாலும் நன்முறையில் வளர்ந்து வீரநடை போட்டு எழுந்து வா சிங்கமே!!!

பின்வரும் காலங்களில் பெரிய சாதனை படைக்க வேண்டும் என் தங்கமே!!!

நட்பு எனும் நன்மதிப்பும் பெற வேண்டும்

அகிலமெல்லாம் போற்ற வேண்டும் என் அன்பு செல்லமே!!!

அப்பா

♥

குழந்தைகள் நன்முறையில் இருப்பதற்கு...

நீங்கள் படும் கஷ்டம் என் கண்முன்னே வந்து
செல்கிறது!!!

எத்தனையோ தோல்விகள் வந்தாலும் அதை
தனியாக போராடும் வெற்றியாளர் தான் அப்பா!!!

ஒற்றுமை

ஒன்றே குலம் ஒருவனே தேவன் என்ற
சொல்லுக்கு இணங்க!!!

அறிமுகம் இல்லாமல் அலைபேசியில் மட்டுமே
நம் கருத்தை பரிமாறக் கொள்ளும்!!!

நம் தாய் நேசம் சகோதரிகள் ஒற்றுமையுடன்
செயல்பட வேண்டும்...

கோலங்கள்

♥

மற்றவர்களின் பார்வைக்

வாய் அழகாய் தெரிவது கோலம்!!!

உள்ள என்பது உங்களை மறைத்து விடுகிறது இந்த கோலம்!!!

உள்ளங்கள்

நம் உள்ளங்களை மனமகிழ்ச்சியுடன் இருக்க வேண்டும்!!!

நாம் பேசக்கூடிய சொற்கள் மற்றவர்கள் மனதை நோகாமல் இருக்க வேண்டும்!!!

உள்ளங்களை எரிமலையாக வைக்காமல் பூக்களாக வைத்திருங்கள் புன்னகையுடன்//

நம்மால் முடியும்

நாம் கீழே விழுவது எல்லாம் மீண்டும்!!!

நம்மால் முடியும் என்று உயர்ந்த சிந்தனையோடு
மன உறுதியோடு!!!

விழ வேண்டும் என்ற நம்பிக்கையுடன் முதலில்
கடினமாக இருக்கும் நாம் பயணிக்கும் பாதையை
நாம் தான் தீர்மானிக்க வேண்டும்...

நாக்கு

நன்றி என்னும் வார்த்தையில் நெஞ்சை புண்ணாக்கும்!!!

நம்பிக்கையான வார்த்தைகளை கொடுங்கள்...

அது நல்வழிப்படுத்தும்!!

மகிழ்ச்சி

மகிழ்ச்சியாக வாழ்வதற்கு
பணம் மட்டும் தேவை இல்லை...

அன்பானவர்களின் வார்த்தை போதும்!!!

நிம்மதி

நிம்மதியாக வாழ்வதற்கு நாம் அதிகம்
மறக்கப்பட வேண்டும்!!!

பிறர் நம்மை கண்டு பொறாமைப்படும்
அளவிற்கு!!!

அடையக்கூடிய இலக்கை நோக்கி பயணம்
செய்வதற்கு முதலில் நிம்மதி தேவை!!!

முயற்சி

நாம் ஜெயிக்க வேண்டும் என்றால்!!!

ஆயிரம் அல்லது ஓராயிரம் பிரச்சினைகள் வந்தாலும்!!!

அதை சமாளித்து முயற்சி இடைவிடாது எண்ணம் இருத்தல் வேண்டும்!!!

நாம் வெற்றி பெறலாம்!!!

எதிர்காலம்

என் எதிர்காலத்திற்கு ஏற்பது வாழும்
சூழ்நிலையை!!!

உருவாக்குவேன் என்று நம்பிக்கையுடன் நான்...

போராட்டம்

♥

மழைக்காலங்களில் எந்த இடத்திலும் ஒதுங்காது!!

தன்னுடைய இரவுகளை விரித்து மேலே பறக்கும் அதுபோல!!!

நம்முடைய வாழ்வினில்போராட்டமான
வாழ்வை எதிர் கொள்ள வேண்டும்...

மாற்றம்

♥
யார் வேண்டுமானாலும் மாறுவார்கள்..

எந்த சூழ்நிலையிலும் மாறாமல் நம்முடைய//

இயல்பான குணத்தை வெளிப்படுத்த
வேண்டும்!!!

மாற்றம் ஏற்படும் வாழ்க்கையே மாறும்...

தாகம்

பெண்களுக்கு சம வேலை தாகம்!!!

மாணவர்களுக்கு விடுமுறை வேண்டி தாகம்!!!

இளைஞர்களுக்கு வேலைவாய்ப்பு தாகம்..

ஏழைகளுக்கு கந்து வட்டியை ஒழிக்க
மாட்டார்களா என்பதில் தாகம்!!!

மக்களுக்கு பேருந்தில் விபத்தில்லா பயணம்
தாகம்!!!

மக்களுக்கு திருட்டை கொள்ளை இலஞ்சம்
அழிய வேண்டும் என்பதில் தாகம்!!!

பறவைகளுக்கு இறை தேடுவது தியாகம்...

விலங்குகளுக்கு வேட்டையாடுவது தாகம்!!!
என்றுதணிந்திடும் இந்த தாகம்...

அனுபவம்

சிலருக்கு நாம் என்ன சொன்னாலும் புரியாது!!

பட்டால் தான் சிலருக்கு புத்தி வரும் என்பது உண்மை...

அனுபவம் அறிவும் நம் வாழ்வில் கற்றுக் கொண்ட அனுபவம்!!!

தேடல்

மனநிறைவு நிம்மதி என்று தேடிக்
கொண்டிருக்கிறோமோ தவிர!!!

தற்போது நிகழும் இன்பங்களை தொலைத்து
விட்டு தேடிக் கொண்டுதான் இருக்கிறோம்!!!

கவலை

மேகமூட்டம் போல நம்முடைய கவலைகள்
சிறிது சிறிதாக நகர்ந்து கொண்டே இருக்கும்...

அதுபோல
கவலைகளை முறியடித்து நாம் வெற்றி என்னும்
பாதையில் பயணம் செய்ய வேண்டும்!!!

பேரன்பு

♥

அல்லி முகம் போல மலர்ந்திருக்கும் சிரிப்பில்
நான் மயங்கி விட்டேன் அன்பே//

பூக்களை சீண்டும் வண்டு போல உங்களின்
சிரிப்பி.ன் மூலம்பேரானந்தத்தை கண்டு
கொண்டேன்

மரியாதை

மரியாதை என்பது நாம் தேடிக் கொள்வது!!!

மற்றவர்களுக்கு நான் நிரூபிக்க வேண்டிய
அவசியம் இல்லை!!!
இல்லாத இடத்தில் நம் முகத்தை காட்டாமல்
இருப்பது நல்லது!!!

உலகம்

என் உதவி தேவைப்படும்போது நான் தேவை!!!

நான் உதவி செய்ய மறுத்த போது நான்
கெட்டவராகி விடுகிறேன்.நான் உலகின்
எதார்த்தம்
போராடி முன்னேற துடிப்பவன் முயற்சியும் பல
வழிகளில் முடக்க முயற்சி செய்கின்றனர்!!!

பணம்தான் ஆண்டவனின்ஜாகிவிட்டது
இன்றைய உலகம்!!!

கலாச்சாரம் மறந்தது தன்னையே இழந்தது நாளை
உலகம்
வினோதமான உலகம்!!!

எதிர்காலம்

புறக்கணிப்பை ஏற்றுக் கொள்ளுவோம் எது
உங்களுக்கு பாதகமாக இருக்கிறது!!

அதையே சாதகமாக்கிக் கொள்ளுங்கள்!!!

எதிர்காலமே இரண்டு நிலையில் உள்ளது
ஆனாலும் என் முயற்சியை கைவிடவில்லை!!!

இழப்பு

நாம் ஏதேனும் இழப்பு ஏற்பட்டால்!!!

நினைத்து வருந்தாமல் அதை சமாளித்து வெற்றி
பெறுவது என்று...
திட்டமிட்டு இழப்பிலிருந்து மீண்டும் இயல்பு
நிலைக்கு வர வேண்டும்!!!

சிறிது காயப்பட்டாலும் அதை முறியடித்து
இயல்பு நிலைக்கு எழ வேண்டும்!!!

கவனம்

அடைய வேண்டிய இடத்தில்
கவனமாக கையாள வேண்டும்!!!

அதில் மட்டும் கவனம் வேண்டாதது
அதுவாகவே விலகி விடும்!!!

தியாகம்

பழைய தியாகிகள் வாழ்ந்த தேசம் இது!!!

கொடிகளை குத்துவதற்காக தரப்படுவது
குண்டூசிகள் மட்டுமல்ல..

தேசத் தலைவர்கள் மெலிந்த உடல்!!!

வார்த்தை

உறவினர்கள் நண்பர்கள் எதிர்மறையான
எண்ணங்கள் ஊக்கமழச் செய்யும்!!!

பணம் போர் உறுதியான குறிக்கோளை
அடைவதற்காக கொழுந்துவிட்டு எரிய
வேண்டும்!!!

விடாமல் துரத்தும் விழித்திரு வினாடிகள் காத்துக்
கொண்டுதான் இருக்கிறது!!

தேசம்

நம் தேசத்தில் எத்தனை சிறப்பான வளமும்
கொண்ட நாடு!!

இலக்கிய இலக்கண பல கவிஞர்களை
உருவாக்கிய தேசம் இது!!!

எம் தேசம் மென்மேலும் புகழ் உயர்ந்து விளங்கிட
வேண்டும்!!!

மாசு மரவற்ற இளைஞர்களை
பெருமைப்படுத்துவோம்!!!

மழை

வருண பகவான் வருகையால் ஆனந்த குளியல்!!!

பறவைகள் குதுகூலம் மாக நீராடுவது!!!

விலங்குகள் ஆனந்தமாய் வாழ!!!

ஒரு நாள் வருகையால் எல்லோர் மனதிலும்
நீங்காமிடம் பெற்றவையே!!!

இயற்கையின் மகத்துவம் மழையே!!!
வானிலை மேகம் போல பேருக்கும் வெளிச்சம்
கொடுக்கும் மழையே!!!

நீ வரும்போது மேக கூட்டங்கள் இறகுகளை
விரித்து பறப்பது போன்ற காட்சி!!!

அன்பு

நான் உன் மேல் வைத்திருக்கும் அன்பு
உண்மையானது!!!

புரிந்து கொள்ளவில்லை எனும்போது
வலிக்கிறது...

நெஞ்சில் நிலையாய் வாழும் காலமே
சொர்க்கமே!!!

வாழ்வின் கடைசி எல்லை வரை உனக்காக நான்
இருப்பேன்!!!

சிறு குழந்தையின் புன்னகையில் உன்
புன்னகையை உன் அன்புக்காக ஏங்குகிறேன்!!!

காதல்

காதல் மட்டும் வாழ்க்கை அல்ல புரிந்து
கொள்வதில் தான் உள்ளது!!!

இன்ப துன்பங்களை பகிர்ந்து கொள்வதில்!!!

காதலில் வெற்றி புரிவது ஆழமான அன்பு
உணரும் தருணம் தான்!!!

புரிதல் இல்லா காதல் தண்ணீரில் எழுதுவது
போல உன் நினைவுகளுடன் நான்!!!

கல்வி

கடல் கடந்தாவது கல்வி கற்றிடு என்பார்கள்!!!

கல்விதான் ஒரு மனிதனை நன்முறையில் வழி நடத்தி செல்கிறது...

குழந்தைகளின் எதிர்காலத்தை திறம்பட மேம்பட வேண்டும்!!!

எத்தனை முறை படித்தாலும் திகட்டாத செல்வம் நீ!!!

பொன் பொருள் கைவிட்டாலும் தான் கற்ற கல்வி கைவிடாது!!!

கவலை

கவலைப்படுத்தும் அளவிற்கு ஒன்று
இருக்குமானால் அதை வீட்டு மனைவிற்கு நாம்
திறம்பட வேண்டும்!!

நாம் எடுத்துக் கொள்ளும் நோக்கம் பற்றிய
சிந்தனை...

கடலில் நிற்பவனுக்கு கலங்கரை விளக்கம் வழி
கொடுக்கும்!!!

அதுபோல கவலை கொள்ளும் போது தான்
முன்னேற வேண்டும் என்ற துடிப்புடன்
செயல்பட வைக்கும்!!!

சகோதரன்

ஒரே வீட்டில் ஒன்றாய் பிறந்து பருவ காலங்கள் வரை...

ஒரு கூட்டு பறவைகள் ஆகி வாழ்ந்து வந்தோம்!!!

ஆயிரம் சண்டை இட்டாலும் அண்ணா என்று அழைத்து விடும் தமிழனும் தந்தையாகிறான்!!!

இது எப்பூர்வமான வரிகளில் இதயங்களில் நம்பிக்கை தருபவனே...

பருவம் தாண்டிய பிறகு திருமணம் தொழில் கல்வி என பிரிந்து சென்றாலும்!!!

ரத்த பந்தத்தால் படைக்கப்பட்டுள்ளோம்...

இனிமையான நெகிழ்வான நேசங்கள் நிகழட்டும் மகிழ்ச்சியும் மலரட்டும்...

மனம்

மனம் எதையோ தேடிக் கொண்டுதான்
இருக்கிறது பிடிக்காதது பிடித்தது போல் பிடித்தது
பிடிக்காத போல என் மனம் சுமையாக!!!

கைப்பேசி

எல்லையில்லா அன்பு எல்லாம் கைபேசியில்
அடங்கி விடுகிறது!!!

முகம் காண தோழமையில் முகநூல் மூலம்
கருத்துக்களை பகிர்ந்து கொள்ள உதவுகிறது!!!

நீ அலைபேசியில் அழைப்பாய் என்று காத்துக்
கொண்டிருக்கிறேன்!!!

உனக்கு உணர்ச்சிகள் இல்லாத போதும்!!!

என் உணர்ச்சியை உலகிற்கு தெரிவித்தவனை
நீதான்!!!

அம்மா

நான் பிறக்கும்போது உன் வலியை உணர்ந்தது
தான் நான் அழுது பிறந்தவனோ தாயே!!!

எனக்கு முகவரி கொடுத்த பரிசு நீயல்லவா!!!

ஜோதியில் நான் என்னும் குழந்தையாக உள்ளேன்
தாயே!!!

வாழ்வில் உன்னதமான தெய்வம் அம்மா!!!

சுயநலம் காட்டாத ஒரே முகம் அம்மா முகம்
தான்!!!

உன் மனதில் ஆழமான அன்பு வைப்பதும் நம்
தாயின் அன்பு மட்டுமே!!!

பணம்

♥

நீ மற்றவர்களின் கையில் பட்டு வந்தால் தீட்டு இல்லை...

கோவிலுக்கு போனாலும் கல்வி சாலைக்கு போனாலும் மதிக்கப்படுவது பணம்தானே?

பணம் தான் இன்றைய உலகின் பொக்கிஷம்!!!

ரத்த சொந்தங்கள் கூட தூரத்து உறவுகளால் மாறிவிடுகிறது பணம் தானே??

கோபுரங்கள்

உன் அழகை அண்ணாந்து பார்க்கும் வகையில்
உன் சிறப்பு உள்ளது!!!

தரிசனம் செய்ய முதலில் உன்னை பார்க்கும்
போது எல்லையில்லா ஆனந்தம்...

நவகிரகங்களுடன் அமைந்திருப்பதால் என் மனம்
உன்னை விட்டு கோவிலுக்கு உள்ளே செல்ல
முடிவதில்லை!!!

உன்னைப் பார்த்ததால் என் கவலைகள் தீர்ந்து
விடும்!!!

விதவை

கணவன் உயிர் நீத்ததும்ல் கண்ணீரில்
கரைகிறாள்!!!

கூடை நிறைய பூக்களை விற்பவள் ஆனால்!!

அவள் தலையில் பூ சூட முடிவதில்லை...

திரும்ப கிடைக்காத கானல் நீர் போல அவளது
பயணம்!!!
கண்ணீர் துளியுடன் தொடர்கிறாள்!!!

சித்திரை மகளே

உன் வருகையால் இன்பங்கள் இல்லங்கள்8.
தோறும்!!!

நன்மையே நடக்கட்டும்!!!

சித்திரை மகளே வருக வருக!!!

பேனாவிற்கு தெரியாது

நாம் எழுதும் பேனாவிற்கு தெரியாது நல்லது எது கெட்டது என்று!!!

நாம்தான் அதை சரியாக உபயோகப்படுத்த வேண்டும்!!!

எழுதும் பேனாவிற்கு உயிர் உண்டு என்பதை மறவாமல் நல்லதே எழுதுவோம்!!!

பல கவிஞர்களை உருவாக்குவதும் நீதான்!!!

இரவின் மடியில்

உன்னை காண துடிக்கிறேன்!!!

விழி மூடாமல் காத்திருக்கிறேன்!!!

இருளின் ஒளியாய் நீ வருவாய் என என் விழிகள் பார்த்துக் கொண்டிருக்கிறேன்!!!

நீ பேசி சென்ற வார்த்தைகள் பூவே சீண்டும் வண்டு போல என்னை வியக்க வைக்கிறது அன்பே!!!

கோபம்

என்னை எத்தனை முறை நீ வெறுத்தாலும்!!!

உன் அன்பில் மூழ்கி விட்டேன்...

நீ திட்டினாலும் கோபமாக பார்த்தாலும் நான் உன் மேல் கொண்ட காதல் குறைவதில்லை!!!

உனக்குள் இருக்கு மேசத்தை கோபமாக வெளிப்படுத்துகிறாய் அதுவே என்றும் உன் நினைவுகளுடன் நான்!!!

பார்வை

அன்பே நீ பார்க்கும் பார்வையில் எனக்குள்
எல்லை இல்லா மகிழ்ச்சி ஆழ்த்துபவனே!!!

காலையில் கண்வலித்ததும் என் கண்கள்
உன்னையே தேடுகிறது!!!

உன் விழிகளில் காணாமல் என் இதயம் ஏமாற்றம்
அடைகிறது அன்பே...

நீ எங்கு சென்றாலும் நான் உன் நினைவுகளுடன்!!!

உன் பார்வையில் என்னை உன் வசமாகி கொண்ட
கள்வனே!!!

சேமிப்பு

வருங்கால வைப்பு சேமிப்பு நான் சேர்த்து
வைக்கும் சேமிப்பு நம் சந்ததி நிறை வாழ
வைக்கும்!!!

நாணையும் நம்பிக்கை இழந்த தலைமுறை
சோம்பேறி ஆக்காமல்!!!

காலங்களில் மழைநீர் சேமிப்பது போல சேமிக்க
வேண்டும்!!

படிக்கும் வயதில் நினைவாற்றல் சேமிப்பு!!!

மழைக்காலங்களில் மழைநீர் சேமிப்பு!!!

இடைக்காலங்களில் தண்ணீர் சேமிப்பு!!!

விடுமுறை காலங்களில் பணம் சேமிப்பு...

வருங்கால வைப்பு சேமிப்பு

நாம் சுதந்திரமாக வாழ சேமிப்பு அவசியம்

விபத்து

முகம் தெரியா வாகனம் மோதி நிலை
தடுமாறினேன்!!!

காப்பாற்ற யாரும் இல்லாத நிலையில்...

எல்லோரும் வேடிக்கை பார்க்க என் ஆன்மா!!!

மண்ணுலகை விட்டு பிரிந்தது!!!

இறுதியில் அமரர் ஊர்தி மட்டும் என்னை
நெருங்கி வந்ததே!!!

பூக்கள்

இயற்கையின் படைப்பில் மனம் வீசும்
மலர்களே...

உன்னை கண்டவுடன் எல்லையில்லா ஆனந்தம்!!!

தத்தெடுக்கும் குழந்தை போல் உன்னை பார்த்து
வருகிறேன் புன்னகை மலர்களே!!!

பல வண்ணங்களால் என்னை கவர்ந்தவளே!!!

பூக்கள் மீது நான் அமர்ந்து உன்னை விட்டு பிரிய
மனம் இல்லாமல் தவிக்கிறேன் அன்பே!!!

உன்னை வர்ணிக்க வார்த்தை இல்லை மலரே!!!

தேன் சுவை உள்ளதால் உன்னையே சுற்றி
வருகிறேன்!!!

புத்தகம்

பல மாணவர்களின் சிந்தையை வலுப்பெற
உதவுபவன்!!!

வல்லுனர்கள் அறிஞர்கள் கவிஞர்களை
உருவாக்கியவன் நீதான்!!!

பாமர மக்களிலிருந்து பணக்காரர் வரை

உன்னை படித்து மகிழ்வர்!!!

எத்தனை முறை படித்தாலும் திகட்டாவது
தேனமுது அல்லவா?

முதியார் இல்லம்

உணவு கொடுக்கலாம்!!!

பொன் கொடுக்கலாம்

பொருள் கொடுக்கலாம்

உறைவிடம் கொடுக்கலாம்

ஆனால்

பெற்றோரை மட்டும் கொடுத்து விடாதே!!!

கண்ணும் என்னும்

உன்னை கண்ணின்மை போல் பாதுகாத்து
வந்தேன்!!!

நீயும் மண்ணுக்கு இரையாவது தெரியாமல்...

நிலம்

ஆதவன் விரும்பும் நிலம்

ஆசைகள் சுமந்த நிலம்

குலத்தை காத்த நிலம்

வயல்கள் விரிந்த நிலம்

பச்ச பசில் என்று படர்க்கை நிலம்

பரம்பரைக்கு சொந்தமான நிலம்

எங்கு பார்க்கிறோம் பணிகள் பசியை தீர்த்தது
நிலம்

விஞ்ஞான வளர்ச்சிக்காக
விளைநிலங்கள் பேரம் போயின வீடுகள் ஆயின

முகம்

பனிக்காலத்தில் சூரியன் காட்டும் நிலவும் போல
என் முகம் உன்னை கண்டதும் மகிழ்ச்சி
அடையும்!!!

நெஞ்சம்

உன்னை காண நெஞ்சம் துடிக்கிறது!!

எங்கே சென்றாய் அன்பே!!!

நீ அரவணைத்துக் கொண்ட நினைவுகள் என்னை மூடாமல் இருக்க செய்கிறது!!!

உன்னை விழி காணாமல் என் விழியில் ஈரம் இல்லை அன்பே!!!

அச்சம் தவிர்

ஆசிரியர் வகுப்பறைகள் நுழைந்தது
மாணவர்களுக்கு தயக்கம்!!!

இளைஞர்களுக்கு காதலை சொல்ல தயக்கம்!!

இரவு பகல் தயக்கம்

என் விழி உன்னை தேடும் தயக்கம்!!
தவிர நம்மால் எதையும் சாதிக்க முடியும்!!!